S0-ARL-641

300170008111159Z

THIS BOOK
BELONGS TO:

mantra lingua

Georgetown Elementary School
Indian Prairie School District
Aurora, Illinois

For Anna
M.W.

For Sebastian,
David & Candlewick
H.O.

Published by arrangement with Walker Books Ltd, London

Dual language edition first published 2006
by Mantra Lingua
Global House, 303 Ballards Lane, London N12 8NP
http://www.mantralingua.com

Text copyright © 1991 Martin Waddell
Illustrations copyright © 1991 Helen Oxenbury
Dual language copyright © 2006 Mantra Lingua
Malayalam translation by Dr. Lizy James

All rights reserved
A CIP record of this book is available from the British Library

കർഷകനായ താറാവ്
FARMER DUCK

written by
MARTIN WADDELL

illustrated by
HELEN OXENBURY

mantra lingua

ഒരിയ്ക്കൽ ഒരിടത്ത് ഒരു താറാവും കർഷകനും
ഒന്നിച്ചു താമസ്സിച്ചിരുന്നു. കർഷകൻ
വൃദ്ധനും മടിയനുമായിരുന്നു. അയാളുടെ മടി
താറാവിന്റെ നിർഭാഗ്യമായി. പണിയെല്ലാം
താറാവു തനിയേ ചെയ്തു. കർഷകൻ ദിവസം
മുഴുവൻ കട്ടിലിൽ തന്നെ കഴിഞ്ഞു കൂടി.

There once was a duck who had the bad luck
to live with a lazy old farmer.
The duck did the work.
The farmer stayed
all day in bed.

താറാവ് പറമ്പിൽ നിന്നും പശുവിനെ കൊണ്ടുവന്നു.
"പണി എങ്ങിനെ പോകുന്നു?" കൃഷിക്കാരൻ ചോദിച്ചു.
താറാവു പറഞ്ഞു,
"ക്വാക്ക്!"

The duck fetched the cow from the field.
"How goes the work?"
called the farmer.
The duck answered,
"Quack!"

താറാവ് കുന്നിൻപുറത്തു നിന്നും ആടുകളെ കൊണ്ടു വന്നു.
കൃഷിക്കാരൻ ചോദിച്ചു "പണി എങ്ങിനെ പോകുന്നു?"
താറാവു പറഞ്ഞു,
"ക്വാക്ക്!"

The duck brought the sheep from the hill.
"How goes the work?" called the farmer.
The duck answered,
"Quack!"

താറാവ് കോഴികളെയെല്ലാം അവരുടെ കൂടുകളിലാക്കി.
കൃഷിക്കാരൻ ചോദിച്ചു "പണി എങ്ങിനെ പോകുന്നു?"
താറാവു പറഞ്ഞു,
"ക്വാക്ക്!"

The duck put the hens in their house.
"How goes the work?"
called the farmer.
The duck answered,
"Quack!"

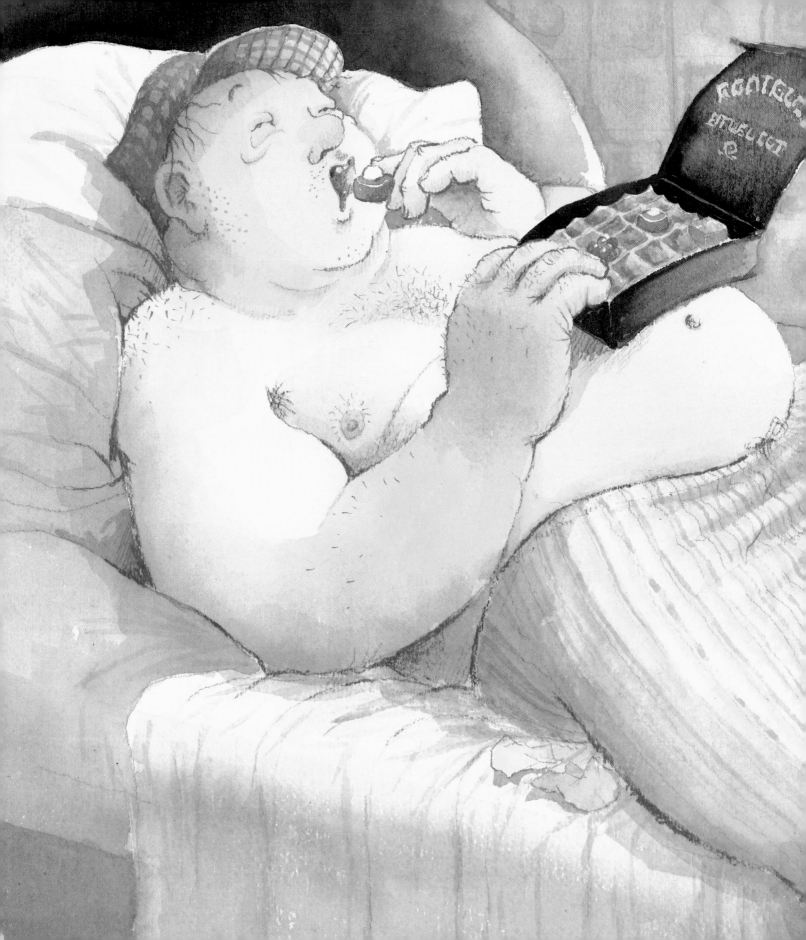

കട്ടിലിൽത്തന്നെ കിടന്ന കർഷകൻ വണ്ണം വച്ചു.
പാവം താറാവ് ദിവസം മുഴുവൻ പണി ചെയ്തു മടുത്തു.

The farmer got fat through staying in bed
and the poor duck got fed up
with working all day.

"പണി എങ്ങിനെ പോകുന്നു?"
"ക്വാക്ക്!"

"How goes the work?"
"QUACK!"

"പണി എങ്ങിനെ പോകുന്നു?"
"ക്വാക്ക്!"

"How goes the work?"
"QUACK!"

"പണി എങ്ങിനെ പോകുന്നു?"
"ക്വാക്ക്!"

"How goes the work?"
"QUACK!"

"പണി എങ്ങിനെ പോകുന്നു?"
"ക്വാക്ക്!"

"How goes the work?"
"QUACK!"

"പണി എങ്ങിനെ പോകുന്നു?"
"ക്വാക്ക്!"

"How goes the work?"
"QUACK!"

"പണി എങ്ങിനെ പോകുന്നു?"
"ക്വാക്ക്!"

"How goes the work?"
"QUACK!"

പാവം താറാവിന് കരച്ചിൽ വന്നു,
ഉറക്കം വന്നു, ക്ഷീണം തോന്നി.

The poor duck was sleepy
and weepy
and tired.

കോഴികൾക്കും, പശുവിനും, ആടുകൾക്കും
വളരെ സങ്കടമായി.
അവർ താറാവിനെ സ്നേഹിച്ചിരുന്നു.
അതിനാൽ അവർ രാത്രിയിൽ അമ്പിളി
അമ്മാവനു താഴെ ഒരു യോഗം ചേർന്നു.
നേരം വെളുക്കുമ്പോൾ ചെയ്യേണ്ട
കാര്യങ്ങൾ തീരുമാനിച്ചു.

"മൂ!" പശു പറഞ്ഞു.
"ബാ!" ആടു പറഞ്ഞു.
"ക്ലക്ക്!" കോഴികൾ പറഞ്ഞു.
അതായിരുന്നു പരിപാടി!

The hens and the cow
and the sheep got very
upset.
They loved the duck.
So they held a meeting
under the moon and
they made a plan
for the morning.

"MOO!" said the cow.
"BAA!" said the sheep.
"CLUCK!" said the hens.
And THAT was the plan!

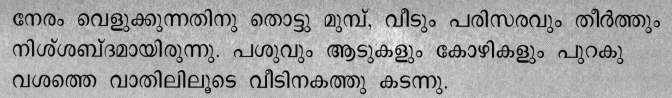

നേരം വെളുക്കുന്നതിനു തൊട്ടു മുമ്പ്, വീടും പരിസരവും തീർത്തും നിശ്ശബ്ദമായിരുന്നു. പശുവും ആടുകളും കോഴികളും പുറകു വശത്തെ വാതിലിലൂടെ വീടിനകത്തു കടന്നു.

It was just before dawn and the farmyard was still.
Through the back door and into the house
crept the cow and the sheep and the hens.

അവർ വീടിനകത്തെ
ഹാളിലേയ്ക്ക് ഒളിച്ചു കടന്നു.
അവിടെ നിന്ന് മുകളിലത്തെ
നിലയിലേയ്ക്കും.

They stole down the hall.
They creaked
up the stairs.

കർഷകന്റെ കട്ടിലിനടിയിൽ അവർ
ഞെരുങ്ങി അമർന്ന് കയറി. കട്ടിൽ
അനങ്ങി തുടങ്ങി. കർഷകൻ
ഉറക്കം ഉണർന്നു.
"പണി എങ്ങിനെ പോകുന്നു?"
കർഷകൻ ചോദിച്ചു.
പിന്നീട്...

They squeezed under the bed of
the farmer and wriggled about.
The bed started to rock and the
farmer woke up, and he called,
"How goes the work?"
and...

"മൂ!"
"ബാ!"
"ക്ലക്ക്!"

"MOO!"
"BAA!"
"CLUCK!"

അവർ കട്ടിൽ ഉയർത്തി. കർഷകൻ ഉറക്കെ കരയാൻ
തുടങ്ങി. വലിയ ശബ്ദത്തോടെ അവർ വൃദ്ധനായ
കർഷകനെ താഴോട്ടും മേലോട്ടും വീണ്ടും വീണ്ടും ആട്ടി.
കർഷകൻ കട്ടിലിൽ നിന്നും താഴേയ്ക്ക്...

They lifted his bed and he started to shout, and they banged
and they bounced the old farmer about and about and about,
right out of the bed...

കർഷകൻ ഓടി. പശുവും, ആടുകളും, കോഴികളും
അയാൾക്കു ചുറ്റുമായി മൂ ബാ ക്ലുക്ക്.

and he fled with the cow and the sheep and the hens
mooing and baaing and clucking around him.

താഴെ വഴിയിൽക്കൂടി...
"മൂ!"

Down the lane...
"Moo!"

വയലിൽക്കൂടി...
"ബാ!"

through the fields...
"Baa!"

കുന്നിൻ മുകളിൽക്കൂടി...
"ക്ലക്ക്!"

over the hill...
"Cluck!"

കർഷകൻ ഒരിയ്ക്കലും തിരിച്ചു വന്നില്ല.

and he never came back.

താറാവ് ഉറക്കമുണർന്നു. നല്ല
ക്ഷീണമുണ്ടായിരുന്നു. പതുക്കെ
പതുക്കെ വീട്ടു മുറ്റത്തേയ്ക്കു വന്നു.
"പണി എങ്ങിനെ പോകുന്നു?"
എന്ന ചോദ്യം കേൾക്കാമെന്ന
പ്രതീക്ഷയിൽ.
പക്ഷേ ആരുടെയും ശബ്ദം
കേട്ടില്ല.

The duck awoke and waddled wearily into the yard expecting
to hear, "How goes the work?"
But nobody spoke!

അപ്പോഴേയ്ക്കും പശുവും ആടുകളും കോഴികളും തിരിച്ചെത്തി.
"ക്വാക്ക്?" താറാവു ചോദിച്ചു.
"മൂ!" പശു പറഞ്ഞു.
"ബാ!" ആടുകൾ പറഞ്ഞു.
"ക്ലക്ക്!" കോഴികൾ പറഞ്ഞു.
അവർ കഥയെല്ലാം താറാവിനോട് പറഞ്ഞു.

Then the cow and the sheep and the hens came back.
"Quack?" asked the duck.
"Moo!" said the cow.
"Baa!" said the sheep.
"Cluck!" said the hens.
Which told the duck
the whole story.

മ്മൂ ബാാ ക്ലക്ക് ക്വാക്ക് എല്ലാവരും
കൂടി അവരുടെ കൃഷിസ്തലത്തേയ്ക്ക്
പണി ചെയ്യാനായി പുറപ്പെട്ടു.

Then mooing and baaing
and clucking and quacking
they all set to work
on their farm.

Here are some other bestselling dual language

books from Mantra Lingua

for you to enjoy.